காதல் ஒரு ஆகாயம்

கிருத்திகா ராஜேந்திரன்

ஏலே பதிப்பகம்

காதல் ஒரு ஆகாயம்
ஆசிரியர் © **கிருத்திகா ராஜேந்திரன்**

முதற்பதிப்பு 2021
பக்கங்கள் 41

ISBN 978-93-5533-061-1

புத்தகம் வெளியிடு
ஏலே பதிப்பகம்
aelaypublish@gmail.com
phone – 9944992571

Aelay Publish
www.aelaypublish.com

காதல் காதல் காதல்....எங்கும் காதல் எதிலும் காதல்...

காதல் ஒரு மனிதன் எவ்வளவு பெரிய அரக்கனாக இருந்தாலும் அவனை மனிதனாக மாற்றுகிறது. அதே போல் எவ்வளவு நல்லவனையும் கெட்டவன் ஆக்குகிறது . இந்த கதைகள் அனைத்தும் ஒவ்வொரு சூழ்நிலையில் காதல் எவ்வாறு மாறுபடுகிறது என்பதை கூறுகிறது.இந்த உலகில் உயிர்கள் வாழும் வரை இந்த காதலும் வாழும்.

கிருத்திகா ராஜேந்திரன்

கல்யாணம் முதல் காதல் வரை

கதையின் நாயகன் ஆதித்யா. அவன் மிகவும் வசதியான வீட்டு பையன். அவன் வாழ்க்கைமுறை மிகவும் வேறுபட்டது.அவன் எப்போவும் குடி,குட்டி என்றுஆடம்பரமாக வாழ்பவன். அவனை கேட்க ஒருவரும் இல்லை.

ஆனால் நம் கதையின் நாயகி மீனா அப்படி இல்லை ,அவள் ஒரு எளிமையான வீட்டு பொண்ணு.சிறுவயதிலே தன் தாயை இழந்த அவள் சித்தி கொடுமைக்கு ஆளாக்கபடுகிறாள் .அவள் சித்தி மிகவும் பணம் பேராசை பிடிச்சவள்.ஆடம்பரமாக வாழ நினைப்பவள்.

அவளுக்கு இரண்டு சகோதரிகள் .குடும்ப சுமை முழுவதும் இவள் தோள்களில் விழுகிறது .இந்த உலகத்துல அவளுக்கு பிடிச்சவங்க அவள் அப்பா மட்டும் தான்.தன் குடும்பத்தை காப்பாத்த அவள் கஷ்டபட்டு வேலைக்கு போகிறாள். ஆதி எப்போதும் நண்பர்களுடன் கிளப்க்கு செல்வது வழக்கம். அவன் குடிக்கமட்டும் தான் செய்வானே தவிர சூதாட்டம் விளையாடமாட்டான் .ஒரு நாள் அவன் செல்லும் போது ஒருவன் அவனை சூதாட்டம் விளையாட அழைத்தான் .ஆனால் அவன் வரவில்லை கூட இருந்தவங்க உசுப்பேத்தி எப்படியோ சம்மதிக்க வச்சி அவனை விளையாட வைக்கிறாங்க.

முதல்முறை விளையாடுகிறான்.விளையாட தெரியாமல் விளையாடி பத்து லட்சம் வரை இழக்க நேரிடுகிறது.

அவன் கூட விளையாடியவன் பணத்தை கேட்க பாக்கெட்ல இருந்து கார்ட் ஆ தூக்கி போட்டுவிட்டு வெளியே வந்தான் .அவனிடம் இருந்ததே அவ்வளவு தான்.

கோவமாக வெளிய வந்து தன் காரை எடுத்து கொண்டு சென்று விட்டான்.

வீட்டுக்கு வந்ததும் முதலில் அவன் மாமாக்கு கால் செய்தான் .ஆதிக்கு இந்த உலகில் அவன் மாமாவை தவிர வேற எந்த ஒரு உறவும் இல்லை.அவன் பெற்றோர் இறப்பதுக்கு முன்பு சொத்தை ஆதி பெயருக்கு மாத்தி வைத்துவிட்டு அதற்கு காவலனாக அவங்க மாமாவை வைத்து விட்டு சென்றனர் .

ஆதி கால் செய்தவுடன் அவங்க மாமா வந்தாங்க .அவர் ஒரு வழக்கறிஞர். என்ன ஆதி கால் பண்ணி இருந்த ஏதாவது முக்கியமான விஷயமா....

என கேட்டார்....

உடனே ஆதி எப்போது சொத்து முழுவதும் எனக்கு கிடைக்கும்...என கூறினான்...

யோசித்த படி நின்ற மாமா..சொத்தின் மதிப்பு கிட்டத்தட்ட 5000 கோடி முழுவதும் இவனிடம் ஒப்படைத்தால் இவன் குடித்து அழித்திவிடுவான் என நினைத்துகொண்டு அவர் ஒரு திட்டம் திட்டுக்கிறார்.

இங்க பாரு பா உனக்கு முழு சொத்தும் வேணும்னா நீ சிலவிசியங்களை செய்யனும் அப்போ தா உனக்கு சொத்துன்னு உயில் ல இருக்குனு சொல்ல...

அது என்னனு ஆதி கேட்டான்....

அது ஒன்னும் இல்ல பா...நாளையில்இருந்து உனக்கு 28 வயது ஆகுது..அதுனால நீ நாளையில் இருந்து இந்த கம்பெனிமொத்தத்தையும் பாத்துகணும்...அது மட்டும் இல்லாமல் இன்னும் ஒரு வாரத்துக்குள்ள நீ திருமணம்செய்யவேண்டும்..அப்போதா உன் சொத்து உனக்கு கிடைக்கும் என கூறினார் .

அதிர்ச்சிஅடைந்தபடி நின்றான் ஆதி..

அதே நேரத்தில் மீனா வீட்டுக்கு ஒரு கடிதம் வருகிறது .பிரித்து பார்த்த மீனாக்கு ஒரே அதிர்ச்சி .அந்த கடிதத்தில் அவள் அப்பா 20 லட்சம் ரூபாய் கடன் வாங்கியதாகவும் ,இன்னும் இரண்டு நாட்களில் திருப்பி கொடுக்கவிட்டால் அவர்கள் குடி இருக்கும் வீடு பறிக்கப்படும் என்றும் அதில் கூறப்பட்டுள்ளது.

இதை படித்தவுடன் மீனா அவள் தந்தையிடம் ...

அப்பா இது என்னது.இப்படி போட்டு இருக்கு என்று கேட்டாள்.

அவள் அப்பா உங்கள் படிப்பு செலவுக்கும் சின்ன தங்கச்சி மது வைத்தியத்துக்கும் செலவு ஆகிருச்சி மா..என கூற

அவளுக்கு என்ன செய்வது என்று தெரியாமல் முழித்தாள்.

உடனே அவள் சித்தி நீ வேலை பாக்கும் ஆஃபீஸ்ல கொஞ்சம் கேளு என்று சொன்னாள்.

அவள் வேலை பாக்குறது ரொம்ப சின்ன ஆஃபீஸ் .சரி நான் கேட்டு பாக்குறனு சொல்லிட்டு கவலை உடன் ஆஃபீஸ்கு கிளம்பி சென்றாள்.

ஆஃபீஸ் கு சென்றவுடன் அவள் உயர் அதிகாரி இடம் அவள் நிலைமையை கூறி பணம் கேட்டாள்.அவ்வளவு பணம் இல்லை மா. வேன ஒன்னுசெய்யலாம் உன் அடுத்த மாச சம்பளத்தை இந்த மாசமே தரேன். அதான் என்னாலபண்ண முடியும் என்று கூறினான் .அவளும் சரி என்று கூற அவர் கொடுத்த 20000 ரூபாய் பெற்று கொண்டு மிகுந்த வருத்ததுடன் அவள் இடத்துக்கு சென்றாள்.

ஆதிக்கு நாளைக்கு பிறந்தநாள். நாளையில் இருந்து அவன் கம்பெனிய பார்த்துகொள்ளமுடிவு செய்துள்ளான்.அதனால் இன்று அவன் பிறந்தநாளுக்காக அவன் நண்பர்கள் அனைவருக்கும் பார்ட்டி வைத்தான். குடிச்சிட்டு கார் எடுத்துக்கொண்டு வீட்டுக்கு செல்ல முற்பட்டான்.

காதல் ஒரு ஆகாயம்

இரவு நேரம் வேலை முடித்துவிட்டு வீட்டுக்குசென்றுகொண்டிருந்தாள் மீனா.

அப்போது திடீரென ஒரு கார் அவளை நோக்கி வேகமாக வருவதை கண்டாள்.அந்த இடத்துல இருந்து நகர்ந்து நின்று "கார எப்புடி ஓட்டுறான் பாரு " என திட்டிக்கொண்டே நடந்ததாள்.

சிறிது நேரத்தில் திடீரென ஒரு சத்தம் என்னவென்று திரும்பி பார்த்தாள்.

அவளை மோத வந்த கார் ஒரு மரத்துல மோதி விபத்துக்கு உள்ளானது.ஓடி சென்று பார்த்தாள்.அந்த கார்ல ஒருவர் குடிச்சிட்டு அர மயக்கத்தில் இருந்தான் அவன் வேர யாரும் இல்லை நம்ப ஆதி தா. உடனே அவனை தூக்கி தண்ணீர் தெளித்தாள்.ஆதி மெதுவாக அவன் கண்ணை திறந்து மீனாவை பார்த்தான்.

அவளை பார்த்ததும் அவனுக்கு இதுவரைக்கும் இல்லாத அளவுக்கு ஏதோ ஒருவிதமான பீலிங் .மீனா உடனே ஆம்புலன்ஸ் க்கு கால் பண்ணி ஆம்புலன்ஸ் அ வரவைக்கிறாள்.

திடீரென அவள் அப்பா கால் பண்ணி என்னச்சு மா இன்னும் நீ வீட்டுக்கு வருல என்று கேட்க மீனா இங்கு நடந்த எல்லாவற்றையும் அவள் அப்பாவிடம் கூறினாள்...அவள் சித்தி உடனே மொபைல் ல வாங்கி "என்ன காசு கிடச்சிதா "என்று கூற அவளும் இல்லை சித்தி 20000 தான் கிடச்சிதுன்னு சொன்னாள்.கோவதுல அவள் சித்தி போன்னை கீழ வைத்துவிட்டாள்.

இவை அனைத்தையும் ஆதி கேட்டு கொண்டே மயங்கிட்டான்.அவன் பாக்கெட் ல ஒரு போன் இருந்துச்சி. அத எடுத்து இங்க உங்களுக்கு தெரிஞ்சவங்க அடிபட்டுடாங்க . அவன் மாமா "அய்யோ ஆதி " என கத்த நாங்க இந்த ஹாஸ்பிடலுக்கு போறோம் கொஞ்சம் சீக்கிரம் வாங்கனு சொல்லி முடிகிறதுக்குல மொபைல் ஆஃப் ஆகிவிட்டது.

இப்போது அவர்கள் மருத்துவ மனையை அடைகிறார்கள்.மருத்துவர்

இவருக்கு தலையில் கொஞ்சம் பலத்த காயம் அடைந்து இருக்கு. சரி இது எப்படிஆச்சி, எங்க ஆச்சி,

நீங்க யாரு இவருக்கு, என்ன உறவு என்று மருத்துவர் கேட்க

மீனா யோசித்து பார்த்து இது விபத்து கேஸ் நம்ப உண்மைய சொன்னா போலீக்கு போக சொல்லுவங்கன்னு சொல்லிட்டு ..

டாக்டர் இவர் என்னோட புருஷன்.குடிச்சிட்டு தெரியாமல் மாடில இருந்து விழுந்துட்டான்.அவலோ தான் வேர எதுவும் இல்லை என்றாள்.சரி மா நீங்க வெய்ட் பண்ணுங்க நாங்க முழுவதும் செக் பண்ணிட்டுசொல்லுறோம் னு அந்த மருத்துவர் கூற

மீனா சரி என்றாள்....

சிறிதுநேரம் கழித்து மருத்துவர் வந்து கொஞ்சம் டெஸ்ட்லா எடுக்கணும் மா னு சொன்னார்.மீனாவும் அதுக்கு சரி என்றாள். இந்தாங்க இதை நிரப்புங்கன்னு சொல்லிட்டு மருத்துவர் சென்றார். மீனாவுக்கு அவன் பெயர் ஆதி என அவன் மாமா போன்னில் கூறியது ஞாபகம் வந்தது.மீனாவும் அனைத்தையும் நிரம்பி கவுண்டர் ல கொடுத்தாள். இந்த டெஸ்ட் அந்த டெஸ்ட் னு அவளுக்கு கிட்டதட்ட 20000 செலவாச்சி.

அவ அப்பா போன் செய்து கொண்டு இருக்க அவளுக்கு என்ன செய்வது என்று தெரியாமல் அவள் கையில் இருந்த மொத்த பணத்தை கட்டி விட்டு மருத்துவரை சந்தித்து இவரைகொஞ்சம் பார்த்தக்கொள்ளுங்க நான் இப்போது

வந்து விடுகிறேன்,என்று சொல்லி அங்கிருந்து புறப்பட்டு சென்றாள்.

கொஞ்ச நேரம் கழித்து ஆதியின் மாமா அங்கு வந்தார் .மருத்துவமனை முகப்பில் இருப்பவரிடம் ஆதி பற்றி விசாரித்தார்.அவங்களும் ரூம் நம்பர் 134 போய் பாருங்க என்று சொன்னார்கள். அவன் மாமா கதவுவழியாக ஆதிய பார்த்துவிட்டு மருத்துவரை சந்தித்து பேசினார். அவர்க்கு ஒன்னும் இல்ல நாங்க எல்லா டெஸ்ட் எடுத்துட்டோம்.அவர் இப்போ மயக்கத்தில் உள்ளார்.அவர் கண் முழிச்சத்தும் நீங்க போய் பாருங்க னு சொன்னார் மருத்துவர். செலவுலா யாரு பண்ணா என்று ஆதி மாமா கேட்க மருத்துவர் அவங்க மனைவினு சொல்ல .... மனைவியா? அவருக்கு ஒன்னும் புரியாமல் நின்றார்.

இப்போது ஆதி மெதுவாக அவன் கண்களை திறக்க முயற்சிக்கிறான்.

அவனுக்கு மீனா பேசுனது அவள் முகம் அனைத்தும் வந்து வந்து போகுது திடீரென எழுந்து உட்காந்தான். அவனை சந்தித்தார் மாமா.

என்ன ஆச்சு பா ..இப்போ வலி இருக்குதானு கேட்டார் .அதுலா ஒண்ணும் இல்ல மாமா ,இப்போ ஓக்கே னு ஆதி சொன்னான்.

ஆதி அவங்க மாமாவிடம் நீங்கள்தான் எனக்கு பணம்கொடுத்து வைத்தியம் பார்த்ததா என்று கேட்டான். அதற்கு அவன் மாமா நான் இல்லை டா ஏதோ ஒரு பொண்ணு தான்னு சொல்ல அப்போ அந்த பொண்ணுதான்னு ஆதி நினைக்கிறான்.உடனே அவன் மாமாவ அனுப்பி அவன் கோப்பு பை வாங்கி கொண்டு வருமாறு அனுப்பி வைக்கிறான்.

மாமாவும் வாங்கிக்கொண்டுவர அதை வாங்கி அவள் வீட்டு முகவரி அதில் இருப்பதை பாக்குறான்.அவளுக்கு ஏற்பட்ட பிரச்சினைபற்றி யோசிக்கிறேன்.

இங்கு மீனா அவள் சித்திமீது உள்ள பயத்திலே வீட்டுக்கு செல்கிறாள்.ஏன் என்றால் அவளுக்கு கிடைத்த பணத்தையும் மருத்துவமனையில் செலவளித்துவிட்டாள். ஆதி மீனாவை பற்றி யோசிக்கிறான்.அவன் மாமாவிடம் அவளுக்கு ஏதோ பிரச்சனை இருக்கும் போல மாமா ,நீங்கள் உடனே இந்த அட்ரஸ்க்கு போய் கொஞ்சம் என்ன ஆச்சுனு பாத்துட்டு வாங்க மாமா என்று ஆதி அவன் மாமாவை மீனா வீட்டுக்கு அனுப்பி வைக்கிறான். மாமா விரைவாக செல்ல முற்பட்டார் .

மீனா வீட்டுக்குள் நுழைந்தாள்.அவள் சித்தி "அங்கையே நில்லு" என்று கூறினாள்."

மீனா பயந்துபோய் "என்னாச்சு சித்தினு" கேட்டாள்.

அவள் சித்தியோ நைட் முழுவதும் எங்க போன எவன்கூட இருந்துட்டு வரேன்னு ரொம்ப கடுமையான வார்த்தைகளுடன் அவளை திட்டி தீர்த்தார் .

அழுதுகொண்டு மீனா நடந்த அனைத்தையும் கூறினாள்..சரி போகட்டும் பணம் எங்க ? என்று கேட்டாள்.

மீனா பயத்துடன் அந்த பணம் அங்கையே செலவாகிவிட்டது என்று சொல்ல ...

ஆத்திரம் அடைந்த அவள் சித்தி அவளை கழுத்தை பிடித்து வெளிய அனுப்பி எவங்கிட்ட பணம் கொடுத்தியோ போயி அவன்கிட்ட வாங்கிட்டு வீட்டுக்குள்ள வா இல்லனா அப்படியே எங்கையாவது போயிருனு கூற ஆத்திரம் அடைந்த அவள் அப்பா என்ன புஷ்பா இப்படி சொல்லுறனு கேட்டார். அதற்கு அவ சித்தி நீங்க உங்க வாய மூடுங்கள் என்று கூறினாள். மீனா "அப்பா நீங்க அமைதியா இருங்க" என்று கூறினாள்." ஐயோ நா எப்புடி இந்த வீட்டை காப்பாத்த போறேன்னு தெரிலனு அவள் சித்தி

ஔரிக்கிட்டு இருக்க",என்ன செய்வது என்று தெரியாமல் அவளும் அவள் அப்பாவும் நிற்கிறார்கள்.அவள் அப்பா கோவதுடன் வெளிய கிளம்பி போய்விட்டார்.

இவை அனைத்தையும் ஆதியின் மாமா பார்த்துக்கொண்டு உள்ளார்.மீனாவும் அழுது கொண்ட சரி சித்தி நான் போய் எப்படியாவது பணத்தை ரெடி பண்ணுறனுசொல்லிட்டு வெளிய கிளம்பினாள்.

ஆதியின் மாமா யோசிக்கிறார்.இவள் தான் ஆதிக்கு பொருத்தமான பொண்ணு .தன் குடும்பத்துக்காக எல்லாம் கஷ்டத்தையும் பொறுத்து கொள்கிறாள்.இவளால மட்டும் தான் ஆதிய நல்ல பார்த்துகொள்ள முடியும் என யோசிக்கிறார். மீனா அங்க இருந்து நகர்ந்த பிறகு ஆதி மாமா அவங்க வீட்டுக்குள் செல்கிறார்.

இப்போ அவன் மாமாக்கு என்ன பிரச்சினை என்று தெரிந்துவிட்டது.

அவர் மீனா சித்தியை பார்த்து அவரை அறிமுகம் செய்து கொள்கிறார்.உங்க பொண்ணு தாங்க நேத்து என்னோட மருமகனை காப்பாற்றினாள். அவள் மட்டும் அங்கு இல்லைஎன்றால் அவன் இந்நேரம் என்ன ஆகி இருப்பானோ தெரியவில்லை என்று கவலையுடன் கூறினார்.

அவள் சித்தியோ இப்போ அதுக்கு என்ன என்று சாதாரணமாக கூறினாள்.அது வந்து நீங்க ஏதோ பிரச்சினைல இருக்கீங்க போல என்னால் அதை தீர்க்க முடியும் என்று நினைக்கிறேன், அதற்கு பதிலாக உங்க பொண்ண என்னோட மருமகன் ஆதிக்கு கல்யாணம் பண்ணி வைக்கவேண்டும் என்று கூறினார் ஆதி மாமா.அதற்கு பதிலாக நீங்க என்ன கேட்டாலும் நான் செய்கிறேன் என்று கூறினார்.இந்த கல்யாணம் இன்னும் ஒரே வாரத்துல நடக்கணும் என்றும் கூறினார்.

உடனே வாய பொலந்துகிட்டு அவ சித்தி நான் என்ன கேட்டாலும் தருவிங்களானு கேட்க அவர் நிச்சயம் கிடைக்கும் என்று கூறி 25 லட்சம் ரூபாய் செக்கை அவள் கையில் கொடுத்தார்.நீங்க உங்க புருஷன்கிட்ட உங்க பொண்ணுகிட்ட கேட்டு ஒரு முடிவு சொல்லுங்க நான் வெய்ட் பண்ணுறனு சொல்ல அவள் அதுலா தேவை இல்லங்க நான் முடிவெடுத்தால் போதும் எனக்கு இதில் முழு சம்மதம் இந்த கல்யாணம் நிச்சயம் நடக்கும் என்று கூறி அவருக்கு சத்தியம் செய்கிறாள் மீனா சித்தி. வெளியில் சென்று வந்த அவள் அப்பா அவள் சித்தியைப் பார்த்தார். அவள் நடவடிக்கை பார்த்து ஏதோ ஒன்னு இங்க நடந்து இருக்கு என்று உணர்ந்து புஷ்பா என்ன ஆச்சு உனக்கு ஏதோ வித்தியாசமாக பண்ணுற என்ன ஆச்சி ,ஒடம்பு ஏதாவது சரி இல்லையா? என்று கேட்டார்.

விசியம் இருக்கு கொஞ்சம் வெய்ட் பண்ணுங்க உங்க பொண்ணு வந்துரட்டும் என்று கூறினாள் சித்தி.

அங்கு மீனாவோ பணத்துக்காக அங்கையும் இங்கையும் அலைந்து கொண்டு இருக்கிறாள் .ஆனால் அவளுக்கு பணம் எதுவும் கிடைக்கவில்லை. வருத்ததுடன் ஒரு இடத்தில் அமர்ந்தாள்.திடீரென அவளுக்கு அவ அப்பா கிட்ட இருந்து கால் வருகிறது.

மீனா சொல்லுங்க அப்பா என்று கூறினாள்.

மீனா கொஞ்சம் சீக்கிரம் வீட்டுக்கு வா மா. உங்க சித்திக்கு ஏதோ ஆச்சி போல பைத்தியம் மாதிரி நடந்துகிட்டு இருக்கா. சீக்கிரம் வா என்று சொல்ல வேகமா கிளம்பினாள் மீனா.

வீட்டுக்கு போய் பார்த்தால் அவள் சித்தி சந்தோசத்துல ரகிட ரகிடனு பாட்டு போட்டு ஆடிகிட்டு இருந்தாள்.

மீனா என்னாச்சு சித்தி உங்களுக்கு என்று கேட்க எப்போதும் இல்லாத அளவுக்கு அதிகமாக அவள் மீது பாசம் காட்டுகிறாள் அவள் சித்தி.

வா மீனா உனக்காகதா காத்து கிட்டு இருக்கேன் .என் ராசாத்தி, இனிமேல் இந்த சித்தி நீ என்ன கேட்டாலும் செய்வேன் என்று கூறினாள். மீனாக்கும் அவள் அப்பாவுக்கு ஒன்னும் புரில.

அவள் அப்பா ஏண்டி நீ பைத்தியம் ஏதாவது ஆகிட்டிய அப்புடி உனக்கு என்னதா ஆச்சு சொல்லி தொலையேண்டினு கேட்க ,நான் நம்ப வீட்டு பத்திரத்தை திரும்பவும் மீட்டுட்டு வந்துட்டேன் என்று கூறினாள்.அவள் அப்பா" என்ன சொல்லுற அது எப்படி நடந்துச்சு,உனக்கு ஏது அவலோ காசு "என்று கேட்டார் . அவள் சித்தி சிரித்து கொண்டே நடந்த எல்லாவற்றையும் கூறினாள்.

ஆத்திரம் அடைந்த மீனா அப்பா ஏண்டி உனக்கு வெக்கமா இல்ல புள்ளையைபோயி வெறும் 25 லட்சம் காசுகாக விக்கப்பாக்குறியா..ச்சீ நீயெல்லாம் ஒரு பொண்ண ...மரியாதையா நீ போய் அந்த பணத்தை அவங்க கிட்ட குடுத்துட்டு வா இல்லை என்றால் இங்க என்ன நடக்கும் என்று தெரியாது அதுலாம என் பொண்ணு யாரையும் திருமணம் செய்ய சம்மதிக்க மாட்டாள் என்றும் கூறினார். காசை திருப்பி கொடுக்கமுடியாது.நான் அந்த பணத்தை நீ கடன் வாங்குனல அவங்ககிட்டேயே கொடுத்துட்ட அதுலாம நான் அவங்களுக்கு வாக்கு கொடுத்து இருக்கேன் இந்த கல்யாணம் நிச்சயம் நடக்கும் என்று இந்த கல்யாணம் மட்டும் நடக்குலனா என்னையாரும் உயிரோடு பாக்கமுடியாதுன்னு சொல்லிட்டு அவ சித்தி ரூம்மை நோக்கி வேகமாக ஓடி கதவை மூடிக்கொண்டாள் .

மீனா அப்பா அவ செத்தா சாகட்டும் மா நீ விடுன்னு சொல்ல அப்பா நீங்க அமைதியா இருங்கனு மீனா கூறினாள். சித்தி நீங்க என்ன சொன்னாலும் நான் செய்கிறேன்,நீங்க யாரை கல்யாணம் பண்ணிக்க சொன்னாலும் நான் பண்ணிக்கிறேன் தயவு செய்து வெளிய வாங்க சித்தி பிலீஸ் என கதறினாள் மீனா.

சித்தி சிரித்து கொண்டே கதவை திறந்து வெளியவந்தாள் .அவ சித்தி நீ பேச்சி எதுவும் மாறமாட்டல உன் அப்பா மீது எனக்கு சத்தியம் செய்து கொடு என்றுகூறினாள். மீனா அவள் அப்பாவை பார்க்கிறாள்.

ஆதியின் மாமா ஆதியை பாக்க மருத்துவமனைக்கு வந்தார். என்ன ஆதி ஒடம்பு எப்புடி இருக்கு , வலி ஏதாவது இன்னும் இருக்கா டாக்டர் நீ வீட்டுக்குபோலாம் என்று கூறினார் உனக்கு ஒக்கே தானே என்று கேட்டார் மாமா. அதற்கு ஆதி "ம்ம்ம் மாமா "எனக்கு இப்போ பரவால நம்ப வீட்டுக்கே போகலாம் அதுமட்டும் இல்ல மாமா இன்று முதல் கம்பனிப் பொறுப்பு மொத்தத்தையும் நான் ஏற்றுக்கொள்கிறேன் என்றுகூறினான்.

மாமாக்கு மிகுந்த மகிழ்ச்சி.சரி ஆதி நான் அதற்கான வேலைய பாக்குறேன் .

சரி அது ஓக்கே நான் இன்னொரு கண்டிசன் சொன்னனே உனக்கு ஞாபகம் இருக்கா என்று கேட்டார் மாமா.

கல்யாணம் பண்ணிக்கணும் அதானே மாமா.

ஆமாம் என்றார் மாமா.

உடனே ஆதி நீங்க எந்த பொண்ண பாத்தாலும் சரி நான் கண்ணை மூடிக்கொண்டு தாலி கட்டுவேன் என சொன்னான் ஆதி . இப்போ இவன்கிட்ட மீனா பத்தி எதுவும் பேசவேண்டாம் அவங்க வீட்டுல இருந்து எதாவது கால் வருதானு பாத்துகிட்டு சொல்லிகிலா
என்று யோசித்துவிட்டு ,

சரி பா நான் போய் மருத்துவரை சந்தித்து உன்னை டிஸ்சார்ஜ் பண்ணுறது பத்தி பேசிட்டுவரனு சொல்லிட்டு அந்த இடத்தில் இருந்து கிளம்பினார் மாமா.

மீனாவோ சத்தியம் செய்வது குறித்து யோசித்து கிட்டு இருந்தாள்.அவ சித்தி நீ சத்தியம்பண்ணு உங்க அப்பா மேல இல்லன்னா நான் செத்துபோயிருவனு சொல்ல..அவள் அப்பா வேணாமா பண்ணாதனு சொன்னார்.ஆனால் மீனாவோ என்னை மன்னித்து விடுங்க அப்பா என்று கூறி அவள் சித்திக்கு சத்தியம் செய்து நான் இந்த கல்யாணத்துக்கு சம்மதிக்கிறேன் என்றாள் மீனா .

மீனா சித்திக்கு ஒரே சந்தோஷம். ரொம்ப சந்தோசம் மா எனக்கு இப்போ தான் நிம்மதியா இருக்கு என்றாள் அவள் சித்தி. உடனே அவள் ஆதியின் மாமாக்கு கால் பண்ணினாள்.

ஆதியின் மாமா போனே எடுத்து யாருங்க என்று கேட்டார்.

மீனா சித்தியோ வணக்கம்ங்க நான் மீனா சித்தி பேசுறேன்

மாமா ஓ நீங்களா சொல்லுங்க ...

மீனா சித்தி இந்த கல்யாணத்துல எங்க எல்லாத்துக்கும் சம்மதம் என்று தெரிவித்தார் .

மாமா ரொம்ப சந்தோஷமாக இருக்குங்க தேதி பாத்துட்டு இந்தவாரத்துல கல்யாணத்தை வச்சிகிளானு சொன்னார் . மீனா சித்தியோ சரிங்க ..நன்றினு சொல்லிட்டு போனே கட் பண்ணினாள்.

மீனா அப்பா மீனாவை பார்த்து, ஏன் மா இப்படி பண்ண என்று கேட்க மீனா எனக்கு எந்த பிரச்சனையும் இல்லை அப்பா நா சந்தோசமாகதா இருக்கேன் என்றாள் அதோட சித்தியை பாருங்க அப்பா எவோலோ மகிழ்ச்சியா இருக்காங்க எனக்கு இது போதும் அப்பா என்று சிரித்து கொண்டே சொன்னாள்.அதுலாம தங்கைச்சிங்க வெளிநாட்ல வேர படிக்கிறாங்க அவங்களுக்காகவது இதை செய்து தான் ஆகனும் பா. சித்தி போக்குலையே விடுங்க அப்பா என்றாள் மீனா.

உனக்கு உதவ முடியாத கைய்யால் ஆகாதவன் ஆகிட்டேனே மா, என அவள் அப்பா அழுதார்.

அப்பா அதுலா ஒன்னும் இல்ல, நீங்க எல்லாரும் மகிழ்ச்சியா இருந்தால் நான் ரொம்ப மகிழ்ச்சியா இருப்பேன் அப்பா.

விஜய் சேதுபதி சொன்னமாறி குமுதா ஹாப்பி அண்ணாச்சி மாறி மீனா ஹாப்பி அண்ணாச்சினு சொன்னாள் மீனா .மீனா அப்பா நல்லா காமெடி பண்ணுற மா னு சொல்லி சிரித்தார். உன்னைமாறி ஒரு பொண்ணு கிடைக்க நாங்க ரொம்ப கொடுத்துவச்சி இருக்கனு மா என்று கூற மீனா அவள் அப்பாவை கட்டிக்கொண்டு சிரித்தாள்.

ஆதி வீட்டுக்கு வந்துவிட்டான்.அவன் கம்பெனிக்கு சென்று அனைத்து பொறுப்புகளை ஏற்கிறான்.

அனைவரும் அவனுக்கு வாழ்த்துகளை தெரிவிக்கின்றனர்.

ப்ரோக்ராம் முடிஞ்சதும் அவன் மாமா மீனாவை பற்றி அவனிடம் பேசுகிறார்.அதை கொஞ்சம் கூட காதுல வாங்காம எனக்கு யாருநாளும் சரி எங்கனாலும் ஓக்கே மாமா என்றான் ஆதி. அப்போ உனக்கும் அந்த பெண்ணுக்கும் வர வெள்ளிக்கிழமை கல்யாணம் பண்ணலான்னு முடிவு பண்ணியிருக்கேன் .ஆன் அதுலா ஓக்கே ஓக்கே மாமா என்று கூறி கார் எடுத்துவிட்டு சென்றுவிட்டான்.

உடனே அவர் மீனா சித்திக்கு கால் பண்ணி இதுமாறி கல்யாணம் இந்த வார வெள்ளிக்கிழமை வைத்துக்கொள்ளலாம் என்றார்.

மீனா சித்தியும் சரி என்றாள்.

ஆதி மாமா எங்களுக்கு அவலோக்குலா சொந்தம்னு யாரும் இல்ல உங்களுக்கு எப்புடி வசதினு சொல்லுங்க நீங்க கிராண்டா பண்ணனும்னு நினைச்சீங்கன கிராண்டா பண்ணலாம் இல்ல சிம்பிலா ரிஜிஸ்டர் ஆஃபீஸ்ல பண்ணலாம்னு சொன்னிங்கனா அங்க கூட பண்ணலாம் என்று கூறினார் மாமா.

உடனே சித்தி ரிஜிஸ்டர் ஆஃபீஸ்லே பண்ணலாம் இந்த கல்யாணத்துல ஆகுர செலவுல பாதி கொடுத்திங்கனா கொஞ்சம் நல்ல இருக்கும் என்று கேட்க அவரும் சரி என்று கூறி போனே கட் செய்தார்.

மீனா அப்பா நம்ப பொண்ணோட கல்யாணம் ஏன் அனாதைமாறி அங்க நடத்தனும் னு சொல்லுற ஏன் நமக்கு என்ன சொந்தகாரங்களா இல்லையா?

என்று கேட்க அதுக்கு செலவு பண்ண காசு வச்சி இருக்கியா? என்று கூறி அவர் வாயை மூடினாள் அவ சித்தி.

நாட்கள் மெதுவாக நகர்ந்தது அந்த கல்யாண நாளும் வந்தது மீனா அந்த ஆக்சிடன்ட்க்கு அப்பறம் இப்போது தான் ஆதியை பார்க்கிறாள் . ஆதிக்கு மீனாவை பார்த்ததும் அவனுக்குள் ஏதோ ஒருவித உணர்வு.

மணப்பெண் கோலத்தில் தேவதைபோல்தெரிகிறாள் மீனா. இருவரும் ஒருவருக்கு ஒருவர் பார்த்து கொள்ளுகிறார்கள்.

திருமணம் இனிதாக நடந்து முடிந்தது.

மீனா புகுந்தவீட்டிக்கு செல்ல ரெடி ஆகி கொண்டு இருந்தாள்.அவள் அப்பா மீனாவை பார்த்து இந்த டா கண்ணு உனக்கு பிடிச்ச லட்டு .அதை வாங்கி கொண்டாள் மீனா."

அப்பா சொல்லுறத கொஞ்சம் கேட்பிய மா என கேட்க ."அப்பாஎன்ன பா இப்புடி சொல்லுறீங்க நீங்க என்ன சொன்னாலும் நான் கேட்பேன்..

சொல்லுங்க அப்பா" என்றாள் மீனா.

இப்போ உன் அம்மா இருந்த ரொம்ப சந்தோசம்படுவாள் அவள் நிம்மதியா போயி சேந்துட்டாள்.

சரி அது கடக்கு மீனா நீ போறவீட்டுல உனக்கு எந்த மாறி பிரச்சனைவேணாலும் வரலாம் அதை நீ தைரியமா சமாளிக்கணும். நல்லதோ கெட்டதோ
அவன்தான் இனிமேல் உன் வாழ்க்கை பாத்துபக்குவமா நடந்துகோ மா என்று கூறி மீனாவை வழி அனுப்பி வைத்தார் அவள் அப்பா.

மீனா அவள் புகுந்தவீட்டை அடைகிறாள்.

அவங்களுக்கு ஆரத்திஎடுக்கிறார் அந்த வீட்டு வேலை செய்யும் அம்மா செல்வி.மீனாவை வலதுகால் எடுத்து வைத்து உள்ளே வர சொல்கிறார் செல்வி.மீனாவும் சிரித்துகொண்டு சரிங்க என்று கூறி உள்ளே சென்றாள்.

ஆதி மாமா ஆதியின் சொத்து அனைத்தையும் அவன் பேருக்கு எழுதி வைத்துவிட்டார்.

மீனாவுக்கும் ஆதிக்கும் முதல் இரவு ஆடம்பரமாக ரெடி ஆகிக்கொண்டு உள்ளது.மீனாவும் தயார் ஆகிக்கொண்டு இப்போது அவள் ரூம்க்கு செல்கிறாள்.

அங்கு ஆதியை காணவில்லை.

ரொம்ப நேரம் ஆகியும் அவன் வரவில்லை .மீனா தூங்கிவிட்டாள் .சிறிது நேரம் கழித்து ஆதி அந்த இடத்துக்கு வருகிறான்.

செம்ம குடி...ஓளறிக்கொண்ட மீனாவை நோக்கி

ஏய் மீனா என கூப்பிட மீனா அலறி அடித்து எழுந்தாள்.

சொல்லுங்கள் னு கூறினாள் இவலோ நேரமா எங்க போனிங்க னு கேட்க அவனோ உனக்கு அது தேவை இல்லை நான் எங்கவேனாலும் போவேன் அதுலா நீ கேட்க கூடாதுனு கூறினான்.மேலும் நான் இந்த கல்யாணத்த என் சொத்துக்காகதா பண்ணனே தவிர வேற எதுகாகவும் இல்லை என்று கூறினான்.

மீனாவுக்கு மிகுந்த வருத்தம்.

ஆதி மீனாவிடம் நீ உன் இஷ்டத்துக்கு எதுவெனாலும் பணிக்கோ நா உன்னை எதுவும் கேட்க மாட்டேன் அதுமாறி நீயும் என்னை கேட்க கூடாதுனு சொல்லிடவிட்டு தள்ளாடி கீழ விழ அவனை மீனா தாங்கி படுக்கையில் படுக்க வைத்தாள்.

மீனா அவனை பார்த்து கொண்டே உறங்கிவிட்டாள்.

அடுத்தநாள் காலையில் மீனா கண்விழித்து பார்த்ததாள்.

ஆதியை காணவில்லை.

அவள் குளித்துவிட்டு சாமி கும்பிட்டு வீட்டு வேலை அனைத்தையும் செய்ய ஆரம்பித்தாள். செல்வி அம்மா "நீங்க போங்க மா நான் பாத்துக்கொள்கிறேன் என கூற இல்ல அம்மா நானும் செய்கிறேன் சும்மா இருக்க எனக்கும் போர் அடிக்கிதுன்னு கூறினாள் மீனா .அவளுக்கு செல்வி அம்மா உதவியா இருக்காங்க .இருவரும் வீட்டை முழுவதும் சுத்தம் செய்கிறார்கள்.

அங்கு ஆதியின் நண்பர்கள் என்ன மச்சான் சொல்லாமலே கல்யாணம் பண்ணிட்ட போல மச்சான் பார்ட்டி வை னு சொல்ல சரி டா னு சொல்லி இன்று என் வீட்டுல பார்ட்டி வந்துருன்னு சொல்லி அந்த இடத்தை விட்டு நகர்ந்தான் ஆதி .

வீட்டுக்கு வந்த ஆதி மீனாவிடம் இன்று நம்ப வீட்டுல ஒரு பார்ட்டி நடக்கப் போது நல்லாரெடி ஆகி கீழவரனும் என கூற மீனாவும் சரி என்றாள்.

பார்ட்டி நடக்கிறது.மீனா அழகாக ரெடி ஆகி கீழ வருகிறாள்.ஆதி மீனாவை பார்த்து கொண்டே இருந்தான்.ஆதி அனைவரிடமும் இவள் தான் என் மனைவி என அறிமுகம்செய்து வைத்தான்.பார்ட்டி நன்றாக நடந்து வருகிறது. திடீரென ஒருவன் மீனாவை பார்த்து "இவள் காசுகாக தான்ட இவன கல்யாணம் பண்ணிகொண்டாள் என கூற ஆத்திரமடைந்த ஆதி அவனை அனைவருக்கும் முன்னாடியும் அடித்துவிடுகிறான்.

கோவதுல அவன் என்னையாட அடிச்ச இதுக்கான பின் விளைவுகளை நீ சந்திப்பனு சொல்லி அங்கு இருந்து சென்றான்.

மீனா ஆதியை பார்க்கிறாள்.

ஒருவருக்கு ஒருவர் பேசாமல் சிரித்துக்கொண்டே நாட்கள் நகர்கிறது. ஒருநாள் திடீரென மீனாவின் அப்பாவுக்கு உடம்பு சரி இல்லாமல் ஆகிவிடுகிறது. அவரை மருத்துவமனையில சேர்கிறாள் அவள் சித்தி.அவள் மீனாவுக்கு கால் பண்ணி அப்பாவுக்கு உடம்பு சரி இல்லாத விஷயத்தை கூறுகிறாள்.

பதறி போன மீனா மருத்துவமனைக்கு செல்கிறாள்.அவள் அப்பாக்கு ஹார்ட் அட்டாக். டாக்டர் இதுதான் லாஸ்ட் ஸ்டேஜ் னு சொல்ல மீனாவுக்கு என்ன பண்ணுறதுனே தெரியவில்லை. மீனா ஆதியிடம் உதவிகேட்கலாம் என நினைக்கிறாள்.ஆனால் அவளுக்கு மிகவும் சங்கடமாஇருக்கு .ஏனென்றால் அனைவரும் அவள் ஆதியை பணத்துக்காக தான்கல்யாணம் செய்துகொண்டாள் என கூறுவதால்அவள் தயங்குகிறாள்.

சரி வேர யாருகிட்டயாச்சும் கேட்டு பாக்கலாம் என நினைத்து கொண்டு அவள் வெளிய செல்ல முற்பட்டாள்.அப்போது நர்ஸ் அவளை பார்த்து நீங்கள் தான் அந்த ரூம் நம்பர் 22 நோயாளி ஓட உறவினரா? என்று கேட்டார்.

அதற்கு மீனாவும் ஆமாம் என்று கூறினாள்.இந்தாங்க நீங்க கட்டுன பணத்துக்கான பில் என்று அவள் கையில் கொடுத்தாள்.

மீனாவுக்கு ஒன்னும் புரியவில்லை. நான் எதுவும் பணம் கட்டவில்லை என்று கூற இப்போதான் ஒருத்தர் வந்து பணத்தை கட்டிவிட்டு பில்ல உங்க கிட்ட கொடுக்க சொன்னாங்க னு சொல்ல யாருன்னு கேட்க இதோ இவர் தன் என்று கூறினார். அது வேற யாரும் இல்லை ஆதி தான். அவர் ஆதியென்று தெரியவந்தது மீனாவுக்கு.அழுது கொண்டு அவனை நோக்கிஓடி
அவனை கட்டிப்பிடித்துகொண்டாள்.

ஆதிக்கு ரொம்ப சந்தோஷம். மீனா ஆதியிடம் நீங்க பண்ண உதவியை நான் மறக்கமாட்டேன் .நான் எப்புடியாவது இந்த பணத்தைதிருப்பி கொடுத்துவிடுகிறேன்,என்று கூறினாள் மீனா .அதுலா ஒன்னும் பிரோப்ளேம் இல்லை என்று கூறினான் ஆதி.

சரி நான் கிளம்புற நீ பாத்துட்டு வா என்று கூறிவிட்டு அந்த இடத்தில்இருந்து நகர்ந்தான் ஆதி .மீனாவும் சரி என்றாள்.சிறிதுநேரம் கழித்து ,மீனா சித்தியோ மீனா நீ வீட்டுக்கு கிளம்பு உனக்கு நேரம் ஆச்சி என சொல்ல

இல்லை சித்தி நான் இங்கையே இருக்கிறேன் என்று சொன்னாள். நீ வீட்டுகிளம்பு என கோபமா சொன்னால் சித்தி.உடனே அவளும் கிளம்பிவிட்டாள்.

ஆதி ஒரு பார்க்கு செல்கிறான்.அங்கு அவன் குடிக்கிறான்.அப்போது ஆதியென ஒரு குரல் கேட்கிறது.திரும்பிபார்த்தான் ஆதி .அங்கு ஒரு பொண்ணு .அவள் பெயர் பியா ...அவள் ஆதியின் பெண் நண்பர்களுள் ஒருவள்.

என்ன மச்சான் இங்க இருக்க எப்புடிஇருக்க என்று கேட்க அவனும் நல்லஇருக்கேன் என்று கூறினான்.அவன் போதையில்இருப்பதைஅறிந்த அவள் மெதுவா அவனை ஒரு ரூம்க்கு அழைத்து செல்கிறாள்.அவனை மெதுவாக படுக்கையில்அமர்ந்துக்கிறாள்.

பியா ஆதியை அணைக்க முயற்சிக்கிறாள்.அவனுக்கு மீனா ஞாபகம் வருகிறது.உடனேஅலறி அடித்து அவளை தள்ளிவிட்டு நான் வீட்டுக்குபோறேன் என்று சொல்லி விட்டு அந்த இடத்தைவிட்டுவெளியே சென்றான் ஆதி.

ஆதி அவன் கார் எடுத்துக்கொண்டு வீட்டுக்கு சென்றான்.அங்கு மீனா உறங்கிகொண்டு இருப்பதை பார்த்தான்.அவளை ரசிக்கிறான்.அவளுக்கு திடிரென குளிர் ஏற்பட்டதால் அவளுக்கு ஒரு கம்பளியை எடுத்து போர்த்திவிடுகிறான்.

விடிந்தது மீனா கண் விழித்தாள்.மீனா அவள் மீது போட்டுஇருக்கும் போர்வையை பார்த்தாள். நான் நயிட் போர்வை போர்த்தவே இல்லையே ஒருவேளை ஆதி போர்த்தி இருப்பானோ என நினைத்துகொண்டு ஆதியை பார்த்து சிரித்தாள்.

மீனா இப்போ படுக்கையில்இருந்து எழுந்து குளித்துவிட்டு அவள் அப்பாவுக்கு சமையல்செய்து மருத்துவ மனைக்கு எடுத்து சென்றாள்.மீனா அப்பாவுக்கு ஆப்ரேசன் பண்ணுராங்க..மீனா சிறிது நாட்களுக்கு அவள் அப்பாவுடன் இருக்க நேரிடுகிறது...

இங்கு ஆதியோமீனாவின் முகத்தை பார்க்காமல் தவிக்கிறான்.

இப்போதுமீனா அப்பாவுக்கு ஆப்ரேஷன் முடிந்தது.டாக்டர்அவரை டிஸ்சார்ஜ் பண்ணலாம் என்று கூறினார். மீனாவும் சரி என்று கூறினாள். எல்லாரும் அவர் துணியைஎடுத்து காரில் வைக்கிறார்கள்.மீனா சித்தி ந இனிமேல் பாத்துக்கிற நீ வந்து ரொம்ப நாள் ஆச்சு நீ வீட்டுக்கு போமா அங்கேஉன் புருசன் காத்துகொண்டு இருப்பான் என கூறினாள் சித்தி .மீனாவும் அப்பாவீட்டுல விட்டுட்டு ந வீட்டுக்கு போறன் என்று கூறினாள் மீனா. சித்தியும் சரி என்றார்.

திடீரென அந்த இடத்துக்கு ஆதி வந்தான்.

என்ன மாமா ஓடம்பு எப்புடி இருக்கு என்று மீனா அப்பாவிடம் கேட்டான்.மீனா அப்பாவுக்கு ரொம்ப சந்தோசம்.

நல்ல இருக்கேன் மாப்பிள்ளைஎன்று கூறினார்.

ஆதி மீனாவிடம் நம்ப வீட்டுக்கு போலாமா என்று கேட்டான் .மீனாவுக்கு ஒரே ஆச்சரியம் அவளும் சரி என்றாள்.

இப்போது இருவரும் ஒரே காரில் வீட்டுக்குசென்றுகொண்டிருந்தனார்கள்.

மீனாவும் ஆதியும் எதுவும் பேசாமல் ஒருவருக்கு ஒருவர் பார்த்து சிரித்து கொண்டே வருகிறார்கள்.

மீனா ஒரு பானிபூரி கடையைப் பாக்கிறாள்.

உடனே மீனா ஆதியிடம்எனக்கு கொஞ்சம் அந்த பானிபூரி வாங்கிதருவிங்களானு கேட்டாள் .ஆதியும் சிரித்துக்கொண்டே சரி வாங்கிவந்துத் தரேன் என்றுகூறி காரை நிறுத்திவிட்டு வெளியேவந்து பானிபூரி வாங்கிகொண்டுஇருந்தான்.

திடீரென ஒரு சவுண்ட் அவன் ஓட்டிவந்த கார் மீது ஒரு லாரி மோதியது.பதறி போன ஆதி வேகமா ஓடி போய் பார்த்தான் அந்த காரில்வேற மீனா இருக்காள்.

ஆதி மீனா மீனா என அழுது கொண்டே அவளை தேடினான்.கார்முழுவதும் நசுங்கிவிட்டது..ஆதி கீழ விழுந்து அழுதுகொண்டு இருந்தான்.திடீரென ஒரு கை அவன் தோள்மீது வைத்துகொண்டு ஆதி என்று கூறியது.ஆதிக்கு அவற்றை பார்த்ததும் ஆச்சரியம்.அது வேற யாரும் இல்லை மீனா.என்னாச்சு ஆதி ஏன் அழுதுகொண்டு இருக்கிறீர்கள் என்று கேட்டாள் மீனா.

ஆதி மீனாவை கட்டிப்பிடித்துகொண்டு நீ என்ன விட்டு போகலள நீ என்ன விட்டு போய் இருந்த நான் என்ன ஆகி இருப்பேன்னு தெரியல இனிமேல் என்ன விட்டு போகதனு அழுது கொண்டே அவளிடம் தனது காதலைகூறினான்.

மீனாக்கு ரொம்ப அதிர்ச்சி. நான் எங்கையும் போகல ..இங்க பக்கத்துல தன் போய்ட்டு வந்தேன் என்று கூறினாள்.

மீனா ஆதியிடம் இப்போ நீங்க என்னிடம்கூறியது உண்மையா என்று கேட்டாள்.

ஆமாம் என்றான் ஆதி

மீனா ஆதியை கட்டிபிடித்து கொண்டு நானும் லவ் யூ என்று கூறினாள். இருவரும் ஒருவருக்கு ஒருவர் பார்த்து சிரித்துக்கொண்டே வேற ஒரு காரை வரவழைத்து தங்களது புதிய வாழ்க்கைகாணப் பயணத்தை தொடங்குகிறார்கள்....

கனவு காதலன்

நம் கதையின் நாயகி தேவி.அவள் ஒரு கம்பெனியில் வேலை செய்துகொண்டு இருக்கிறாள் . அவள் அப்பா மிகவும் கடன் பட்டுவிட்டு இறந்துவிட்டார். அதை எப்படி அடைப்பது என்று தெரியாமல் அவளும் அவள் அம்மாவும் முழித்துக்கொண்டு உள்ளார்கள்.அவர்களுக்கு கடன் கொடுத்தவன் தேவி அம்மாவிடம் கடனை அடைகிறியா? இல்ல உன் பொண்ண. எனக்கு கல்யாணம் பண்ணிதறியா?என்று கூற அவள் அம்மாவுக்கு என்ன பண்ணுறதுன்னு தெரியவில்லை. அவனுக்கு வயது எப்படியோ 40 இருக்கும்.அவளிடம் சொல்லி புலம்பிக்கொண்டு இருந்தார் அவள் அம்மா. தேவி அழுத்துக்கொண்ட தூங்கிவிட்டாள்.

தேவிக்கு ஒரு கனவு வருகிறது .அந்த கனவில் ஒரு பையன் வருகிறான். அவன் அவளிடம் ஏதோ சொல்ல முற்படுகிறான்.அவன் முகம் அவளுக்கு தெரியவில்லை.அதுக்குள்ளே அவள் அம்மா அவளை எழுப்பிவிடுகிறாள்.மறுநாள் காலையில்எழுந்து எப்போதும்போல அவள் வேலைக்கு செல்கிறாள்.அதேமாறி இரவும் அவளுக்கு ஒரு கனவு வருகிறது.அந்த கனவுல அதே பையன் வருகிறான் .அவன் தேவிடம் பேசுகிறான் .

அவன் அவளிடம் "என் பெயர் வருண்.என்னை உன்னால மட்டும் தான் கனவுல பாக்கமுடியும் உன்கூட மட்டும் தா என்னால்பேச முடியும் என்று கூறினான். தேவிற்கு ஒன்னும் புரியவில்லை.வருணும் தேவியும்ரொம்ப வருடமாக காதலித்து வந்தார்கள். தேவிக்கு ஒரு விபத்து ஏற்பட்டு இருக்கும். அதில் அவளுக்கு இதயம் பாதிக்கபட்டு இருக்கும்.அது மட்டும்இல்லாமல் தலையிலும்அடிபட்டு இருக்கும் இதனால் அவள் பழையநினைவுகளை இழந்துஇருப்பாள்.அப்போது அங்கு வந்த வருண் அவளுக்கு தனதுஇதயத்தை கொடுத்து அவள் உயிரை காப்பாற்றி இவன் இறந்துஇருப்பான் .அவன் தனது காதலுக்காக அவன்

உயிரையே கொடுத்துவிட்டான்.இது தேவிக்கு தெரியாது.தேவி கடன் ல இருப்பதை தெரிந்து தான் வருண் அவளுக்கு உதவ வந்து இருக்கான்.வருண் ஒரு வீட்டு அட்ரெஸ் கொடுத்து அந்த வீட்டுக்கு போ

அங்க ஒரு அம்மா இருப்பாங்க அவங்க கிட்ட போய் உன் பேரு சொல்லு என்று கூறிவிட்டு அவன் சென்றுவிட்டான்.

மறுநாள் காலையில் அவள் அந்த வீட்டுக்கு செல்கிறாள். அங்கு ஒரு அம்மா இருக்கிறார்.அவரிடம் அவள் அவ பெயரைசொல்லுகிறாள்.சொன்னவுடன் அந்த அம்மா அவளைகட்டி பிடித்து கொண்டாள்.இவளுக்கு ஒன்னும் புரியவில்லை.அப்போது அவள் ஒரு பெட்டி எடுத்துட்டு வந்து அவளிடம் கொடுத்து இந்த மா இது உன் பணம் என்று கூற அவளுக்கு ஒன்னும் புரியவில்லை.

இது வருண் வீடு மா,அவனுக்கு உன்ன ரொம்ப பிடிக்கும் .அவன் சம்பாதிக்கஆரம்பிச்சதே உனக்காதா..மா அவனுக்குன்னு யாரும் இல்லை.இதை உங்களுக்காக தன் சேர்த்துவைத்தான்.தேவி அவன் எப்படி இறந்தான் என்று கேட்க அந்த அம்மா உனக்கு தெரியாதா என்று கூறினாள்.

இல்லை என்றுகூறினாள்.

அந்த அம்மா நடந்த அனைத்தையும்கூறினாள்.

தேவிக்கு அழுகை தாங்கமுடியவில்லை.

அப்போது அவளுக்கு கொஞ்சம் கொஞ்சம் பழைய நினைவுகள் வர ஆரம்பிக்கிறது.

உடனே அவள் அவன் சமாதிக்கு சென்று அவனை நினைத்து அழுகிறாள் .வருண் வருகிறான் .அழுகாதா ,நான் உனக்காக எப்போவும் இருப்பேன் என்று கூறி வானத்திற்க்கு சென்றுவிட்டான்.அவன் சென்றவுடன் மேகம் அழுவது போல மழை

கொட்டோ கொட்டோ என்று கொட்டிதீர்த்தது.

அதே காதல்

நம் கதையின் நாயகி கிருத்திகாவும் அவள் தோழி மதுவும் ஒரு பத்திரிக்கையில் வேலை பார்த்துகொண்டு இருக்கிறார்கள்.

கிருத்திக்கு இந்த உலகத்தில் அவள் தோழியை தவிர வேற யாரும் இல்லை.மதுவுக்கும் அப்படி தான்.

அவர்கள் இருவரின் வாழ்க்கையும் எந்த ஒரு பிரச்சனை இல்லாமல் ரொம்ப சந்தோஷமாக இருந்தது.

அவர்கள் வாழ்க்கை நடந்த சம்பவம் தான் இந்த கதை.

கிருத்திகா வேலைசெய்யும் இடத்திற்கு ஒரு பையன் புதிதாக வேலைக்கு சேர்கிறான். அவன் பெயர் அஸ்வின்.அவன் மிகவும் அழகாக இருப்பான்.அங்கு வேலை செய்யும் அனைவருக்கும் அவன் மீது ஒருகண்ணு.அஸ்வின் அதிகமாக மதுஉடன் தான் பேசுவான். ஏன்என்றால்

அவனுக்கு கிருத்திகா மீது கண்ணு.

அவன் பல முறை கிருத்திகாவிற்கு தனது காதலை சொல்லலாம் என எண்ணுகிறான்.ஆனால் கிருத்திகா மதுஉடன் தான் இருப்பாள். இப்போது மது தனது ஆஃபீஸ் பாஸ் உடன் டெல்லிக்கு சென்றுவிட்டாள்.இங்கு

ஒருவழியா தனது காதலை அஸ்வின் கிருத்திகாவிடம் சொன்னான்.முதலில்ஏற்க மறுத்த கிருத்தி பின் அவன் காதலை ஒத்துக்கொண்டாள்.இப்போது அஸ்வினும் கிருத்தியும் திருமணம்செய்துகொண்டார்கள்.

அஸ்வின் மதுவிடம் இதைப்பற்றி சொல்ல வேண்டாம் அவளுக்கு சப்ரைஸா இருக்கட்டும் என்று கூறினான்.கிருத்தியும் சரி என்றாள்.

நாட்கள் மெதுவாக கடந்தது.

மது தான் சென்ற கேஸ் முடித்துவிட்டு ஆர்வத்துடன் இருவரையும் பார்க்க

வந்தாள்.பார்த்த அவளுக்கு ஒரே ஷாக்.மது கிருத்தியை அஸ்வினுடன் பார்க்கிறாள்.

அங்கிருந்து கிருத்தியும் அஸ்வினும் வந்தார்கள் .சப்ரைஸ் என்று சொல்லி அவர்கள் திருமணம்செய்து கொண்டதை மதுக்கு சொன்னாள்.மதுவுக்கு மிகுந்தவருத்தம் ஆனால் அவள் அதை வெளியே காட்டாமல் சிரித்துகொண்டே ஓ அப்படியா ..எனக்கு சந்தோஷம் தான் ட்ரீட் எங்கே என்று கேட்டாள்..

அதற்கு அஸ்வின் அதுலாம் வைத்துவிடலாம் என கூறி இருவரையும் அழைத்து கொண்டுசென்று சாப்பாடு வாங்கி கொடுத்தான்.இப்போது மூவரும் ஒரே வீட்டிற்கு செல்கிறார்கள். ஏனென்றால்அஸ்வினுக்கும் யாரும் இல்லை எனவே கிருத்திகாவும் மதுவும் தாங்கிஇருந்த வீட்டில் தான் இப்போது

அஸ்வினும் இருக்கிறான்.

கிருத்திகா மதுவிடம் உனக்கு எந்த பிரச்சனையும் இல்லை என்றால் நாங்கள் இங்க தங்கி கொள்கிறோம் இல்லனா வேற எங்கையாவது தங்கி கொள்கிறோம் என்று கூறினாள் .அதுக்கு மதுவோ லூசா நீ வா வீட்டுக்குபோகலாம் என கூறி இப்போது மூவரும் வீட்டை அடைந்தார்கள்.

நாட்கள் மெதுவாககழிந்து கொண்டு இருந்தது.
திடீரென அஸ்வினுக்கு உடல்நலம் சரியில்லாமல் போய்விடுகிறது.கிருத்திகாவும் மதுவும் மருத்துவமனையில் அவனை சேர்கிறார்கள்.கொஞ்ச நாள் கழித்து அவன் டிஸ்சார்ஜ்ஆகி வீட்டுக்கு வந்தான்.

வீட்டுக்கு வந்ததில் இருந்து அவன் ஒருமாறி பண்ணிக்கொண்டுஉள்ளான்.

ஒருநாள் கிருத்திகா உறங்கி கொண்டு இருந்தாள் .திடீரென ஒரு கத்தியை எடுத்து அவளை குத்துவதற்கு சென்றான்.மது அவற்றை பார்த்துவிட்டு அதை தடுத்தாள்.

கிருத்திகாவுக்கு மிகுந்த மன வருத்தம்.மறுபடியும்அவனை மருத்துவமனையில் சேர்கிறாள் .ஆனால் அவனுக்கு எதுவும் சரி ஆகவில்லை.கடைசியில் அவன் பைத்தியம் ஆகிவிட்டான்.

அவனை வீட்டில்கட்டி வைத்துவிட்டு அவள் மன வருத்தம் தாங்காமல் கோவிலுக்கு செல்லலாம் என எண்ணினாள்.மது கிருத்தியிடம் எங்க போறா நானும் வரவா? என்று கேட்டாள் .ஆனால் கிருத்திகா வேண்டாம் என்றாள்.மது ஆஃபீஸ்க்கு சென்றுவிட்டாள்.இப்போது கிருத்திகா கோவிலுக்குச் சென்றாள் .

அங்கு மனம் உருகி கடவுளிடம் வேண்டிகொண்டு இருந்தாள்.அப்போது அங்கிருந்த சித்தர் ஒருவர் அவளை நோக்கி உன் கணவன் ஆபத்தில் இருக்கிறான் என்று கூற கிருத்திகாவிற்கு ஒன்னும் புரியவில்லை.என்னை உன் வீட்டுக்கு கூட்டிகிட்டு போ என்றார்.

கிருத்தியும் அவ்வாறே செய்தாள்.வீட்டுக்கு சென்றதும் அவர் இங்கு யார் யார் இருக்கிறார்கள் என்று கேட்டார்.நான்,என்கணவன் மட்டும் என் தோழி என்று கூறினாள்.

அவருக்கு அங்கு என்ன நடக்கிறது என்பதை புரிந்துகொண்டு நீ உன் கணவனை இந்த இடத்தில்இருந்துவேற இடத்துக்கு அழைத்து செல்..என்றார் சித்தர்.

இந்த இடத்தில்இருக்கும் சூனியத்தைஅவர் ஒரு நீர் கொண்டு எடுத்து அந்த நீரை அஸ்வினுக்கு குடிக்க கொடுத்தார்.அஸ்வின் மீண்டும் பழைய நிலைக்கு திரும்பிவிட்டான்.அழுகைஉடன் நன்றி தெரிவித்தாள் கிருத்திகா.

கிருத்திகா அந்த சித்தரிடம் என்னாச்சி என் கணவருக்கு என்று கேட்டாள் .அதற்கு சித்தர் அவன் மீது யாரோ சூனியம் பண்ணிவைத்து இருக்கிறார்கள் என்பதை கூறினார்.

கிருத்திக்கு மிகுந்த அதிர்ச்சி.யார் என்று கேட்டாள் .அதற்கு உன் தோழி மது தான் என்றாள்.கேட்டவுடன் கிருத்திகாவிற்கு இதயமே நின்றுவிட்டது.மதுவா? ஏன் அவள் அப்படி செய்ய போகிறாள் என்று கேட்டதுக்கு நீயே அவளிடம் கேட்டுக் கொள் என்று கூறிவிட்டு அந்த இடத்தில்இருந்து நகர்த்தார் சித்தர்.

வேலை முடிந்துவிட்டு வீட்டுக்கு வந்த மதுவிடம் கிருத்திகா அனைத்தையும் கேட்டாள்.

மது ஓ உனக்கு எல்லாம் தெரிந்துவிட்டதா? ஆமா நான் தான் உன் புருஷனுக்கு சூனியம் வைத்தேன்.

கிருத்தி என் இப்படி செய்தாய் என்று கேட்டாள்.அதற்கு மது இத்தனை காலமாக நான் உன்னை காதலித்து வந்தேன் .நீ எப்போவும் என்கூட இருப்பனு நினைத்தேன்.ஆனால் நீ நேத்து வந்தவனுக்காக என் விட்டுவிட்டு என்னிடம் சொல்லாமலே நீ கல்யாணம் பணிக்கிட்ட அதன் இப்படி செய்தேன்.கிருத்திக்கு மிகுந்த கோபம்..மது எனக்கு கிடைக்காத நீ அவனுக்கும் கிடக்க கூடாது என்று சொல்லி அவள் கழுத்தை நெறித்தாள்.உடனே அஸ்வின் பின்னாடி வந்து அவள் தலையில் அடித்தான் . அவள் இறந்துவிட்டாள்.

சிலவருடங்களுக்குபிறகு கிருத்திகாவிக்கும் அஸ்வினுக்கும் ஒரு பெண் குழந்தை பிறக்கிறது. இரவு ஆனது அந்த குழந்தை கண்களைத் திறந்தது. குழந்தையின்கண் பூனைமாறி மாறியது.குழந்தை எழுந்து கிருத்தியை பார்த்து ஏக்கத்துடன் சிரித்தது.

பிஞ்சி காதல்

நம் கதையின் நாயகன் கார்த்தி .மிகவும் குண்டாக இருப்பான் .அவனுக்கு படத்தில் நடிக்க வேண்டும் என்ன ரொம்ப ஆசை.நம் கதையின் நாயகி கீர்த்தி .அவள் மிகவும் ஒல்லிய அழகாக இருப்பாள் .கார்த்தி வெளிநாட்டில் வேலை பார்த்துவிட்டு கீர்த்தியை பார்க்க வந்தான் .கீர்த்தியும் கார்த்தியும் சிறுவயதில்இருந்தே நண்பர்கள்.கீர்த்தி ஒரு துணை இயக்குநராக பணிப்புரிந்து வருகிறாள்.

கார்த்தியும் கீர்த்தியும் மீட் பண்ணிபழைய விஷயங்களை பகிர்ந்துகொண்டு இருக்கிறார்கள்.கீர்த்தி கார்த்தியை சின்னவயதில்இருந்தே காதலித்து வருகிறாள். கீர்த்தி அவனுக்கு பிடிச்ச சிப்ஸ் வாங்கித் தருகிறாள்.

கார்த்தி கீர்த்தியிடம் உன் ஒர்க் லா எப்படி போது னு கேட்க அதுலா சூப்பர் ஆஹ் போது நான் இப்போ ஒரு படம் இயக்க போறேன் என்று கூறினாள்.

அதில் கீர்த்தி சுரேஷ் தான் ஹீரோயின் ஆ போடலானு இருக்கேன் என்று கூறினாள்.

ஆனால் எனக்கு ஹீரோதா இன்னும் கிடைக்கவில்லை என்று கூறினாள்.கார்த்தி ஏன் என்ன பார்த்தால் உனக்கு ஹீரோமாதிரி தெரியவில்லையா? என்று கேட்டான் கார்த்தி.

அவள் சிரித்துக்கொண்டே சரி நான் வீட்டுக்கு போறேன்னு கிளம்பிவிட்டாள்.கீர்த்தி என்ன யோசித்தால் என்றால் இந்த படத்தோட ஹீரோ கார்த்தி என்றும். இது அவனுக்கு சர்ப்ரைஸ் ஆஹ் இருக்கணும் என்று நினைக்கிறாள்.ஆனால் கார்த்தி யோசிக்கிறான் ஒருவேளை நாம் குண்டாக இருப்பதுனால் தான் இவள் நம்மை சேர்த்துக்க மாட்டிங்கிறலோ என்று எண்ணுகிறான்.

எனவே அவன் உடம்பே குறைத்தே ஆகவேண்டும் என்று நினைக்கிறான்.அவன் கீர்த்தியிடம் போய் சொல்லிகிறான்.கீர்த்தியும் அதற்கு உதவுகிறாள்.ஆனால் அவனால் அதை கடைபிடிக்கவே முடியவில்லை.கீர்த்தி அவள் படவேலையை ஆரம்பித்துவிட்டாள்.அந்த படத்தில் ஹீரோயின் தீபிகா .

அவளை பார்த்துல இருந்து கார்த்திக்கு எப்படியாவது இவள் கூட நடித்தே ஆகவேண்டும் என்று எண்ணுகிறான்.அதை பற்றி யோசித்துகொண்டே செல்கிறான்.அவன் போய்ட்டு இருக்கும் போது கீழ் ஒரு நாய் அடிப்பட்டு இருக்கிறது.அவன் அதை கையில் எடுத்து அவன் வீட்டுக்குஅழைத்துசென்று அதற்கு மருந்து போட்டுவிடுகிறான். மறுநாள் காலையில் அந்த நாய்க்குட்டியை வாக்கிங் அழைத்து செல்கிறான் .அந்த நாய் திடீரென அந்தக் கயிற்றை அவிழ்த்து விட்டு வேகமாக ஓடியது கார்த்தியும் அதன் பின் வேகமாக ஓடினான் .அந்த நாய் ஒரு வீட்டை அடைந்தது .அந்த வீட்டில் உள்ள பொருட்கள் அனைத்தும் வழக்கத்தை விட மாறுபட்டதாக இருந்தது .பொருட்கள் அனைத்தும் அங்குமிங்குமாக ஆடிக்கொண்டிருந்தது. கார்த்திக்கு என்ன பண்ணுவது என்று புரியவில்லை. அவன் உள்ளே வந்ததும் கதவு மூடிக்கொண்டது. அப்போது அந்த வீட்டில் ஒரு சத்தம் கேட்கிறது யார் அது என்று கார்த்தி உடனே அவனைப் பற்றி கூறுகிறான்.அந்த நாய் குரைத்து அவன் தான் தன்னை காப்பாற்றினான் என்று கூறியது அந்த நாய் .உடனே அந்த ஆள் வெளிய வந்தான்.அவன் பார்ப்பதற்கு விகாரமாக காட்சி அளிக்கிறான்.

பெரிய உருவம்,ஒரு கண்,என்று இருக்கிறான்.

அவன் கார்த்தியை பார்த்து நீ என் நாயைக் காப்பாற்றினாய் அதற்காக நான் உனக்கு ஒரு வரம் தருகிறேன்,கேள் உனக்கு என்ன வேண்டும் என்று கூறினார் அந்த விசித்திர மனிதன்.கார்த்தி நான் ஒல்லியாக வேண்டும் என்று கேட்டான்.அதற்கு அவர் அப்படியே ஆகட்டும் என்றார்.அவன் ஒல்லி ஆகிவிட்டான்.

அவனும் நன்றி என்று சந்தோசமாக சென்றான்.

கீர்த்தி கார்த்தியை பார்த்து அவன் தன் இந்த படத்தோட ஹீரோ என்று சொல்லலாம் என்று வந்தாள். அவனை பார்த்து என்ன நீ ரொம்ப எலச்ச மாரி இருக்கு என்று கூறினாள் கீர்த்தி. அதற்கு கார்த்தி நடந்த எல்லாவற்றையும் அவளிடம் கூறினான்.அதற்கு கீர்த்தியோ
நீ எப்படி இருந்தியோ அப்படி தா நீ அழகு .எனக்கு அப்படி தா உன்னை பிடிச்சி இருந்தது .இன்னும் சொல்ல போன நான் அந்த கார்த்தியை தான் காதலித்தேன் .நான் உன்னை தான் என் கதையில் ஹீரோவா போட்டு இருக்கேன் .இந்த படம் முடிந்ததும் என் காதலை சொல்லலாம் என்று நினைத்தேன்.

கார்த்திக்கு ஒன்னும் புரியவில்லை.

சொல்ல போன கார்த்திக்கு ஒல்லியா இருக்க பிடிக்கவில்லை.அவள் அப்படி சொன்னதும் அந்த வீட்டுக்கு மறுபடியும் ஓடி அந்த விசித்திர மனிதனிடம் பேசுகிறான்.என்ன நீங்க பழையபடி குண்ட மாதிருங்க என்று கேட்டான்.அவரும் அப்படியே ஆகட்டும் என்று கூறினார்.அவன் அப்படியே பழைய நிலைக்கு வந்துவிட்டான்.

கார்த்திக்கு ரொம்ப சந்தோஷம்.

இப்போஅவன் படத்துலல நடிக்கிறார்.மக்கள் எல்லாத்துக்கும் அவனை ரொம்ப பிடிக்குது..அவன் வாழ்க்கைமுறை மாறி கீர்த்தியை கல்யாணம் பண்ணிக்கொண்டு அவன் மிகவும் சந்தோஷமாக இருக்கிறான்.

நம்ப எப்படி இருக்கிறமோ அதுல தான் நம்ப அழகு என்பதை மறந்துவிட கூடாது.

ஒரு தலை காதல்

ஸ்ரீராம் மற்றும் கௌதமி இருவரும் பள்ளியில் பன்னிரண்டாம் வகுப்பு படித்து வருகிறார்கள்.

ஸ்ரீராம்க்கு கௌதமி மேல காதல்.கௌதமிக்கும் ஸ்ரீராமை ரொம்ப பிடிக்கும்.இன்றுமுதல் எக்ஸாம் எல்லாம் முடிந்து அவர்களுக்கு பள்ளி வாழ்க்கையும் முடியப்போகிறது.பள்ளி முடிந்து வரும் வழியில் ஸ்ரீராம் ஒரு பொம்மையை கொடுத்து கௌதமியிடம் தனது காதலை சொல்கிறான். கௌதமியும் சரி என்று அந்த பொம்மையை வாங்கிக்கொண்டு இன்னும் 10 வருடங்களுக்கு பிறகு இதே நாள் நம்ப இந்த இடத்தில் சந்திக்கவேண்டும் என்று கூறி தன் கையில் இருந்த மோதிரத்தை அவனிடம்கொடுத்துவிட்டு அந்த இடத்தைவிட்டு சென்றுவிட்டாள்.

சிலவருடங்களுக்கு பிறகு அந்த நாள் வருகிறது.ஸ்ரீராம் ஆர்வத்துடன் அந்த இடத்திற்கு கிளம்பி செல்கிறான்.அந்த மோதிரத்தை இப்போ அவன் கழுத்தில் செயின் ஆ போட்டு இருக்கான்.ஸ்ரீராம் அனைத்திலும் கௌதமியை பின்தொடருகிறான்.(முகநூல் மற்றும் இன்ஸ்டாகிராம்).எனவே அவனுக்கு கௌதமியை தெரியும்.கௌதமிக்கு தெரியாது இவன் தான் ஸ்ரீராம் என்று.இப்போது அவன் அந்த இடத்திற்கு விரைந்துசெல்கிறான்.அங்க ஒரு பொண்ணு நிற்கிறாள்.அதுவேற யாரும் இல்லை கௌதமி தான்.ஆனால் அவளிடம் வேற யாரோ ஒரு பையன் ப்ரொபோஸ் பண்ணுறான்.அவளும் அதை அக்ஸ்ப்ட் பண்ணிக்கிறாள். பார்த்ததும் ஸ்ரீராமக்கு ஹார்ட் அட்டாக்கே வந்துருச்சு.அந்தஅளவிற்கு அவன் வருத்தப்படுகிறான்.உடனேஅவன் அங்கஇருந்து

அழுதுகொண்டே சென்றுவிட்டான்.நேராக அவன் ஒரு பார்க்கு சென்று குடித்துவிட்டு ரோடில்படுத்து கிடக்கான்.

அங்கவந்த ஒரு பொண்ணு அவனை அழைத்து கொண்டு அவள் வீட்டுக்கு சென்றாள்.அவனுக்கு போதை தெளித்து மறுநாள்காலையில்எழுந்து பார்க்கிறான்.அவளிடம் நீ யார் என்று கேட்கிறான்.

உன் பேர் ஸ்ரீராம் தானே என்று கேட்டாள்.

அவன் ஆமாம் என்றான்.

எனக்கு உன்னை தெரியும் .நான் நீ படிச்ச ஸ்கூல்ல தா படித்தேன்,என்று கூறி, அவள் பேரு கீர்த்தி என்று கூறினாள்.

கீர்த்தி அவனிடம் ஸ்ரீராம் எங்க உன் கௌதமி .நீங்க ரெண்டுபேரும் இன்னும் லவ் பண்ணிக்கிட்டு இருக்கிங்களா னு கேட்டாள்.அதற்கு ஸ்ரீராம் நடந்த அனைத்தையும் அவளிடம் கூறினான்.

கீர்த்தி , நீ கவலைப்படாதே நான் வேன உன் காதலுக்கு ஹெல்ப் பண்ணுடான்னு கேட்டாள்.அவன் வேணாம் என்றான்.

மறைமுகமாக கீர்த்தி கௌதமியின் காதலை பிரிப்பதற்கு முயற்சிக்கிறாள்.இது அவளுக்கு தெரியவருகிறது .கௌதமி கீர்த்தியை கூப்பிட்டு சண்டை போடுகிறாள் .கீர்த்தியோ ஸ்ரீராம் பத்தி அவளுக்கு புரிய வைக்க முயற்சிக்கிறாள்.ஆனால் அவள் கண்டுக்கவே இல்லை .கௌதமி ஒரு பத்திரிகையை கொடுத்து எனக்கு கல்யாணம் தயவு செஞ்சி இனிமேல் எங்க வாழ்க்கைகுள் வராதே என்று கூறி அந்த இடத்தை விட்டு சென்றாள்.

கீர்த்தி ஸ்ரீராம்கிட்ட அந்த பத்திரிகையை கொடுத்தாள்.ஸ்ரீராம் உடனே அந்த இடத்தை விட்டு அவள் கல்யாணம் நடக்கும் இடத்திற்கு செல்கிறான்.

அவன் அவளிடம் அவன் காதலை சொல்ல முயற்சிக்கிறான்.ஆனால் அவள் கண்டுக்காமல் மணவரைக்கு சென்றுவிட்டாள்.

அவன் அவளை பார்த்தபடி நின்று கொண்டு இருந்தான்.திடீரென அவன் கையை யாரோ பிடிப்பது போல இருக்கு . அது வேற யாரும் இல்லை கீர்த்தி.சின்ன வயசுல கீர்த்தி ஸ்ரீராமை ஒரு தலையாக காதலித்து வந்தாள்.தன் காதலை சொல்லலாம் என்று வரும் போது அவன் கௌதமியை காதலிக்கிறான் என்று தெரியவருகிறது.உடனே அவள் சொல்லாமலே சென்று இருப்பாள்.

இவற்றை கீர்த்தி ஸ்ரீராம் கிட்ட சொல்லுகிறாள்.ஸ்ரீராம் வருத்தபடும் காரணத்தால் மட்டுமே அவள் கௌதமியின் காதலை பிரிக்க முயற்சித்தாள்.

தெரியவில்லை ஸ்ரீராம் கீர்த்தியை ஏற்றுக்கொள்வானா? இல்லையா? என்று........

நன்றி.